LEÇONS de LECTURE

EN FRANÇAIS ET EN ANNAMITE

—❊—

BÀI ĐỌC

TIẾNG LANGSA VÀ TIẾNG ANNAM

Troisième Edition

SAIGON
IMPRIMERIE DE LA MISSION
TÂN ĐỊNH

1907

PREMIÈRE LEÇON.

DE DIEU.

1. Dieu est Esprit infiniment parfait.

2. Il est éternel, c'est-à-dire, sans commencement et sans fin.

3. Il est infiniment bon : Il fait que le soleil éclaire également les bons et les méchants.

4. Il est tout-puissant : de rien Il a fait le ciel et la terre, le soleil, la lune, avec les étoiles, puis les animaux et les plantes.

5. Lui-même a créé et conserve les hommes : comme un bon père, Il donne tout ce dont nous avons besoin.

6. C'est pourquoi nous devons rendre grâce à Dieu pour tous ses bienfaits. — Il faut user des biens qu'Il nous donne, suivant sa sainte volonté, car plus tard nous devrons rendre compte, devant le tribunal du souverain juge.

7. Quand l'âme se sépare du corps, alors tout homme doit subir le jugement particulier.

BÀI ĐỌC THỨ NHỨT.

VỀ ĐỨC CHÚA TRỜI.

1. Đức Chúa Trời là Đấng thiêng liêng trọn lành vô cùng.

2. Người là Đấng hằng có đời đời, nghĩa là, vô thỉ vô chung.

3. Người là Đấng nhơn lành vô cùng: Người làm cho mặt trời soi đều kẻ lành cùng người dữ.

4. Người là Đấng phép tắc vô cùng: bởi không Người đã tạo hóa trời đất, mặt trời, mặt trăng, với các ngôi sao, sau thì muôn vật và các cây cối.

5. Chính mình Người đã dựng nên và hằng gìn giữ loài người ta: khác chi cha lành, Người ban bố cho ta mọi sự thiếu thốn.

6. Bởi vậy chúng ta phải cám ơn Chúa, vì mọi ơn lành Người. — Phải dùng của Người ban, theo thánh ý Người; vì chưng ngày sau chúng ta sẽ phải trả lẽ trước tòa quan xét cả.

7. Khi linh hồn lìa ra khỏi xác, thì mọi người phải chịu phán xét riêng.

DEUXIÈME LEÇON.

DE LA RELIGION DIVINE.

1. Nous devons croire en Dieu, espérer en Lui, L'aimer, L'adorer et Le servir.

2. Nous devons croire qu'il y a un Dieu en Trois Personnes, Dieu le Père, Dieu le Fils et Dieu le Saint-Esprit; et que les Trois Personnes sont un seul Dieu, parce que les Trois Personnes ont une nature et une puissance semblables.

3. Nous devons espérer en Dieu, parce qu'Il est infiniment bon.

4. Nous devons aimer Dieu au-dessus de toutes choses.

5. Nous devons adorer le Seigneur, c'est-à-dire, Le prier avec ferveur, le soir, le matin, et une ou deux fois dans la journée en plus.

6. Nous devons servir le Seigneur, c'est-à-dire, observer parfaitement tous ses commandements, toute notre vie, soit dans la jeunesse, soit dans la vieillesse.

7. Nous devons nous souvenir que le Seigneur nous voit clairement, en tous lieux, en tous temps, le jour, la nuit, continuellement.

BÀI ĐỌC THỨ HAI.
VỀ ĐẠO ĐỨC CHÚA TRỜI.

1. Chúng ta phải tin kính Đức Chúa Trời, trông cậy Người, kính mến Người, thờ phượng Người, và làm tôi tá Người.

2. Chúng ta phải tin có một Chúa Ba Ngôi, Đức Chúa Cha, Đức Chúa Con, và Đức Chúa Thánh Thần; lại Ba Ngôi cũng là một Chúa, vì Ba Ngôi có một tính, một phép cùng nhau.

3. Chúng ta phải trông cậy Đức Chúa Trời, vì Người nhơn từ vô cùng.

4. Chúng ta phải kính mến Đức Chúa Trời trên hết mọi sự.

5. Chúng ta phải thờ phượng Đức Chúa Trời, nghĩa là, cầu xin Người cho sốt sắng, ban hôm, sớm mai, lại một đôi lần nội ngày nữa.

6. Chúng ta phải làm tôi tá Chúa, nghĩa là, nắm giữ cho trọn mọi điều răn Người, trót cả đời ta, dầu đang tuổi trẻ, dầu đến tuổi già.

7. Ta phải nhớ có Chúa xem thấy ta tỏ tường, trong mọi nơi, trong mọi khi, ban ngày, ban đêm, luôn luôn.

TROISIÈME LEÇON.

COMMENT LES PÈRES ET MÈRES AIMENT LEURS ENFANTS.

1. Combien le père et la mère aiment leurs enfants! Certes, chaque jour, à chaque minute, à chaque instant, ils manifestent leur bon cœur à leur égard.

2. Sans cesse ils font tout leur possible, pour que leurs enfants jouissent du vrai bonheur, en tout et de toutes manières.

3. C'est le père qui supporte de rudes travaux pour nourrir la famille; c'est la mère qui, à la maison, ne s'occupe que des petits enfants. Qui dira leur amour pour leurs enfants?

4. Donc les enfants doivent être reconnaissants envers leurs père et mère, les aimer de tout leur cœur, les respecter, leur obéir en tout, et prier Dieu de les bénir.

5. De plus les enfants ne doivent pas causer de chagrin à leurs père et mère. S'ils sont de maison pauvre, qu'ils ne se plaignent pas de la mauvaise nourriture ou des vêtements déchirés.

6. Que les enfants ne murmurent jamais, ne se plaignent pas, ne boudent pas; qu'ils ne se montrent pas ingrats, comme des mal appris;

BÀI ĐỌC THỨ BA.

VỀ CHA MẸ THƯƠNG CON CÁI MÌNH LÀ THỂ NÀO.

1. Cha mẹ thương mến con cái mình là dường nào! Thật, mỗi ngày, mỗi phút, mỗi giây, phô kẻ ấy tỏ lòng lành mình với nó.

2. Kẻ ấy hằng lo lắng hết sức cho con cái mình đặng phước thật, trong mọi sự cùng mọi bề.

3. Cha thì những chịu khó nhọc hằng làm việc mà nuôi gia thất; mẹ thì ở nhà, một lo lắng cho con thơ bé. Ai nói cho xiết lòng kẻ ấy yêu dấu con cái cho đến đổi nào?

4. Cho nên con cái phải biết ơn phụ mẫu, phải yêu mến người cho hết lòng, cung kính người, vưng lời người mọi đàng, và cầu xin Chúa xuống phước lành cho người.

5. Lại con cái chẳng khá làm cho cha mẹ mình rầu rĩ. Nếu là con nhà nghèo, thì chớ năn nỉ vì cơm cháo chẳng ngon, hay là quần áo rách rưới.

6. Con cái chớ trách móc khi nào, chớ phàn nàn, chớ chau bạu mặt lại; chớ tỏ lòng bạc ngãi, như đứa chẳng biết đều; chớ lấy ơn cha mẹ mà

qu'ils ne reçoivent pas le bien des père et mère, pour leur rendre le mal; qu'ils ne rendent pas inutiles les peines de leurs père et mère.

QUATRIÈME LEÇON.
DES PERSONNES QU'IL FAUT AIMER.

1. Parmi les personnes qu'il faut aimer sur cette terre, c'est avant tout son père et sa mère.

2. Pour témoigner son amour à son père et à sa mère, il faut les respecter, leur obéir en tout, et les aider suivant ses forces.

3. Il faut encore aimer son grand-père, sa grand'mère, son oncle, sa tante, ses frères, ses sœurs, tous ses parents, son parrain et sa marraine.

4. Il faut également aimer ceux qui nous ont fait du bien, ou qui sont disposés à nous en faire.

5. Le chrétien doit aimer tous les hommes, parce qu'ils sont tous frères en Dieu.

6. Celui qui n'aime pas le prochain, certainement n'aime pas Dieu : aussi il ne peut monter au ciel.

7. Quiconque veut obéir à Dieu parfaitement, doit aimer ceux qui le haïssent, et faire du bien à ceux qui lui font du mal.

trả oán cho người; chớ làm cho công lao cha mẹ mình ra hư không vô ích.

BÀI ĐỌC THỨ BỐN.
VỀ NHỮNG NGƯỜI PHẢI THƯƠNG MẾN.

1. Trong những người phải thương mến dưới đất nầy, thì trước hết là cha mẹ mình.

2. Muốn tỏ lòng yêu mến cha mẹ mình, thì phải thảo kính người, vưng lời người mọi đàng, lại giúp đỡ người theo sức mình.

3. Lại phải yêu mến ông bà mình, cô bác mình, anh em chị em mình, các người bà con, cùng vú bõ mình.

4. Cũng phải yêu mến những kẻ đã làm ơn cho ta, hay là kẻ sẵn lòng mà làm ơn.

5. Giáo nhơn phải yêu mến mọi người, vì hết thảy là anh em trong Chúa.

6. Ai mà chẳng yêu người, ắt là nó chẳng kính mến Chúa; vậy thì nó không lên trời đặng đâu.

7. Hễ ai muốn vưng lịnh Chúa cho trọn, thì phải yêu kẻ ghét mình, và làm lành cho kẻ làm khốn mình.

CINQUIÈME LEÇON.

DE L'ENFANT RAISONNABLE.

1. Papa et maman me montrent toujours leur contentement, parce qu'ils me voient me lever, aussitôt qu'ils m'appellent, et de suite faire la prière avec attention et ferveur.

2. C'est aussi parce que j'ai l'habitude de me garder propre et modeste, que je conserve mes affaires avec beaucoup de soin, et que je suis diligent à étudier, pour bien réciter ma leçon.

3. Aujourd'hui maman m'a donné trois oranges vertes très belles; alors j'en ai donné une à mon petit frère, une à ma petit sœur, parce que je les aime beaucoup tous les deux.

4. Maman a encore un très gros corossol; si je suis sage demain, elle me le donnera aussi.

5. Puis il y a, dans le jardin de la maison, un grand pamplemousse, chargé de fruits sans nombre. Le jour où ils seront mûrs, j'en demanderai à papa. Mais papa ne veut pas que je les abatte, sans permission.

6. Quand mon petit frère et ma petite sœur seront assez grands, nous irons tous les trois nous amuser dans le jardin autour de la maison.

BÀI ĐỌC THỨ NĂM.

VỀ CON NÍT BIẾT LÝ SỰ.

1. Cha và má tôi hằng tỏ lòng ưng bụng, vì thấy tôi hay thức dậy, khi mới kêu tôi, và tôi liền đọc kinh chín chắn và sốt sắng.

2. Cũng là bởi vì tôi quen ở sạch cùng nết na, lại tôi giữ gìn đồ đạc tôi kỉ lưỡng, và tôi học siêng, cho đặng đọc bài cho trúng.

3. Hôm nay, má tôi đã cho tôi ba trái cam sành xinh lắm; thì tôi đã cho thằng em tôi một trái, con em tôi một trái, bởi vì tôi thương cả hai đứa lắm.

4. Má tôi còn một trái mảng cầu xiêm lớn lung; nếu tôi ở tử tế, mai người cũng cho tôi nữa.

5. Lại ở ngoài vườn, có một cây bưởi cao, sai trái vô số. Ngày nào nó chín, thì tôi sẽ xin cha tôi. Song cha tôi cấm không cho tôi hái, mà chẳng thưa.

6. Khi thằng em tôi cùng con em tôi sẽ nên lớn khá khá, thì hết thảy cả ba chúng tôi sẽ đi chơi trong vườn xung quanh nhà. Chúng tôi sẽ hái

Nous y cueillerons beaucoup de jolies fleurs, pour les offrir sur l'autel, au pied de la statue de la Sainte Vierge Marie.

SIXIÈME LEÇON.

IL FAUT AIMER L'ÉTUDE.

1. Autrefois je ne voulais pas aller étudier, parce qu'alors j'étais encore petit, et que je n'avais pas assez de raison.

2. Mais maintenant je suis déjà assez grand, et c'est de bon cœur que je vais à l'école, parce que je veux m'exercer à lire les livres, à écrire les lettres, et apprendre beaucoup d'autres choses encore.

3. Ainsi je sais déjà lire les livres quelque peu, je sais compter jusqu'à cent, je sais additionner, et je ne me trompe pas. Je sais par cœur beaucoup de prières, et je les récite d'une voix claire.

4. Je sais écrire toutes les lettres d'Occident, minuscules ou majuscules. Je puis également peindre quelques traits des caractères Chinois.

nhiều bông xinh tốt, mà chưng trên bàn thờ, dưới chơn tượng ảnh thánh Nữ Đồng trinh Maria.

BÀI ĐỌC THỨ SÁU.

PHẢI HAM HỌC HÀNH.

1. Xưa tôi không muốn đi học, vì hồi ấy tôi còn nhỏ và chưa có trí đủ.

2. Mà bây giờ tôi đã lớn khá, thì tôi vui lòng mà đi nhà trường, vì tôi muốn tập đọc sách, viết chữ, cùng học nhiều sự khác nữa.

3. Vậy tôi đã biết coi sách chút đỉnh, tôi biết đếm tới một trăm, tôi biết cộng lại, mà không trật. Tôi thuộc lòng nhiều kinh lắm, mà tôi đọc rõ tiếng.

4. Tôi biết viết chữ tây đủ hết, chữ nhỏ hay là chữ lớn. Lại tôi cũng vẽ đặng một hai nét chữ nhu.

✳✳✳

5. Si, à la fin de l'année, mon maître me donne un prix, alors mon papa me fera aller en chemin de fer une journée, pour voir et m'amuser; aller vite comme l'oiseau qui vole, et voir le grand pont du Bên-Lúc. —

6. C'est pourquoi j'étudie de tout mon cœur, de toutes mes forces, parce que je veux plaire à mon père et à ma mère, et plaire à Dieu aussi, afin d'être récompensé.

SEPTIÈME LEÇON.

DU BON ÉLÈVE.

1. L'élève, qui veut plaire à Dieu et à ses parents, profite de toutes les occasions favorables, pour devenir savant et se former à la vertu.

2. Il aime l'école, et va étudier de bon cœur: Il ne traîne pas le long du chemin, mais arrive en classe avant tous ses camarades.

3. Il est grave suivant son âge, il sait garder sa langue et ne conte pas d'historiettes inutiles; mais il observe le silence, pour bien étudier sa leçon.

5. Ví bằng, đến cuối năm, thầy tôi có cho tôi một phần thưởng, thì cha tôi sẽ cho đi xe lửa một ngày, coi chơi, đi mau như chim bay, và coi cầu lớn tại Bến Lức.

6. Bởi đó cho nên tôi học hết lòng hết sức, vì tôi muốn đẹp lòng cha mẹ tôi, và đẹp lòng Chúa nữa, hầu đặng lãnh phần thưởng.

BÀI ĐỌC THỨ BẢY.

VỀ HỌC TRÒ LÀNH.

1. Hễ trò nào muốn đẹp lòng Chúa cùng cha mẹ mình, thì hay dùng mọi dịp tốt, mà học cho thông, cùng tập mình về đàng nhơn đức.

2. Nó ưa trường học, cùng vui lòng đi học. Nó chẳng cà rà dọc đường, song tới nhà trường trước chúng bạn hết.

3. Nó ăn ở đằm thắm tùy tuổi nó, lại biết giữ miệng lưỡi, chẳng thuật truyện chơi vô ích; song nó cứ nín lặng, mà học cho thuộc bài.

4. Quand le maître enseigne ou explique quelque chose, il fait un effort d'intelligence pour comprendre.

5. Parce qu'il prépare toujours bien sa leçon, jamais il n'a de mauvaise note.

6. Le jour de la composition en lecture, ou bien en écriture, parfois en catéchisme ou en chant des prières, il obtient toujours la première ou la seconde place.

7. C'est pourquoi le bon élève fait continuellement la joie de son père et de sa mère ; les voisins sont unanimes à le louer, et Dieu fait descendre sur lui toutes ses bénédictions.

HUITIÈME LEÇON.

COMMENT LE BON ÉLÈVE SE COMPORTE.

1. Aujourd'hui samedi, à la composition de lecture, j'ai eu la première place ; et parce que, toute la semaine, je me suis appliqué à l'étude et j'ai gardé le silence, alors le maître m'a donné une très belle image : c'est l'archange Michel qui se bat avec le diable.

4. Chừng thầy dạy dỗ hay là giải nghĩa đều chi, thì nó rán trí mà hiểu.

5. Bởi vì nó dọn bài thuộc hoài, thì nó chẳng bị sỗ xấu bao giờ.

6. Bữa nào thi đọc sách, hay là thi chữ, hoặc thi phần hay là ca kinh, thì nó đặng nhứt hạng hay là nhì hạng mãi.

7. Bởi vậy học trò lành hằng làm cho cha mẹ mình vui mầng; người láng diềng đều khen ngợi nó, và Chúa xuống mọi phước lành trên nó.

BÀI ĐỌC THỨ TÁM.

VỀ HỌC TRÒ LÀNH ĂN Ở THỂ NÀO.

1. Hôm nay thứ bảy, thi đọc sách, tôi đặng hạng nhứt; mà bởi cả tuần, tôi đã học siêng cùng, ở lặng lẽ, thì thầy có ban cho tôi một tượng ảnh tốt quá: là tổng lãnh thiên thần Minhghê giao chiến với quỉ.

2. C'est pourquoi, la semaine prochaine, je ferai tous mes efforts pour bien apprendre ma leçon de chaque jour, pour avoir samedi une autre récompense encore plus belle. — La semaine prochaine, c'est composition en catéchisme : si je suis le premier, le maître me donnera une petite voiture traînée par un petit cheval de bois.

3. A la maison, j'apprendrai ma leçon tout d'abord, ensuite j'irai m'amuser. Puis je prierai ma mère de me faire réciter ma leçon pour voir, et de m'interroger sur les explications, avant d'aller à l'école. — Quand mes camarades ont quitté la classe, ils jouent toujours, toujours. Aussi tous mes camarades seront battus dans la composition de la semaine prochaine.

4. Ma tante, qui est aussi ma marraine, me pousse toujours à étudier pour devenir savant, et elle m'a promis que si, à la fin de l'année, j'ai un prix à l'école, alors elle ajoutera un gros livre à tranche dorée, avec beaucoup d'images coloriées ; de plus, si j'ai trois prix, elle me donnera des piastres, pour aller en bateau à vapeur, jusqu'à Nam Vang, puis voir un peu comment ça se passe au Cambodge.

2. Vậy tuần tới tôi sẽ rán sức mà học cho thuộc bài mỗi ngày, đặng đến thứ bảy tôi lãnh phần thưởng khác tốt hơn nữa. — Tuần sau nầy thi phần: như tôi đặng nhứt hạng, thì thầy sẽ cho tôi một cái xe nhỏ, có con ngựa gỗ nhỏ kéo đi.

3. Ở nhà, tôi sẽ học bài cho thuộc lòng trước đã, rồi mới đi chơi. Đoạn tôi sẽ xin mẹ tôi bắt tôi đọc bài coi thử, cùng tra hạch tôi về nghĩa lý; trước khi đi tựu trường. — Khi chúng bạn tôi ra khỏi trường rồi, thì đi chơi hoài hoài. Vậy nên chúng bạn tôi sẽ thua thảy thảy, chừng thi tuần tới.

4. Cô tôi, cũng là vú tôi, thì hằng giục tôi học cho thông, mà hứa rằng, nếu cuối năm tôi đặng một phần thưởng, thì người sẽ cho thêm một cuốn sách bìa mạ vàng, và nhiều tượng ảnh về nước thuốc; lại rằng, nếu tôi đặng ba phần thưởng, thì sẽ cho bạc mà đi tàu lửa, cho đến Nam Vang, hầu coi thử chút đỉnh trên Cao Mên làm sao.

NEUVIÈME LEÇON.

CE QU'IL FAUT FAIRE DANS LA SEMAINE.

1. Le Dimanche appartient à Dieu : alors on ne va pas à l'école, mais on va à l'église, réciter les prières trois fois, écouter la prédication et l'explication du catéchisme, assister à la messe, le matin, et à la bénédiction du Saint-Sacrement, le soir.

2. Le lundi, le mardi et le mercredi, alors on va à l'école, le matin et le soir.

3. Le jeudi, c'est le jour du repos, alors on reste à la maison, on se repose et on s'amuse, sinon beaucoup, du moins un peu : et aussi on n'omet pas d'étudier la leçon du lendemain.

4. Le vendredi et le samedi, on retourne à l'école, et jamais on ne s'écarte dans les jardins.

5. Chaque jour matin et soir, dès qu'on entend battre le tambour ou la crécelle, alors de suite on entre à l'école, on récite une courte prière ; ensuite on s'exerce à la lecture, à l'écriture, ou bien le maître lit une leçon pour que les élèves l'écrivent correctement, ou bien on fait de l'arithmétique, etc...

BÀI ĐỌC THỨ CHÍN.

VỀ SỰ PHẢI LÀM NỘI TUẦN.

1. Ngày Chúa nhựt thuộc về Đức Chúa Trời, thì không đi nhà trường, song đi nhà thờ, đọc kinh ba buổi, nghe giảng và giải nghĩa sách phần, chầu lễ buổi sớm, và hầu phép lành Mình Thánh Chúa buổi chiều.

2. Ngày thứ hai, thứ ba và thứ tư, thì đi nhà trường, buổi sớm mai và buổi chiều.

3. Ngày thứ năm, là ngày nghỉ, thì ở nhà, nghỉ ngơi cùng đi chơi, chẳng nhiều thì ít; lại cũng chẳng bỏ học bài ngày sau.

4. Ngày thứ sáu cùng thứ bảy, thì đi học nữa, cùng chẳng hề khi nào đi xẹo vô vườn.

5. Mỗi ngày buổi sớm mai và buổi chiều, hễ nghe đánh trống hay là đánh mõ, thì liền vào nhà trường, đọc kinh vắn vắn; đoạn tập đọc sách, viết chữ, hoặc thầy rao một bài đặng học trò viết cho trúng, hay là làm phép toán, vân vân...

6. Le maître ne cesse d'exhorter les élèves à garder le silence, à s'appliquer pour apprendre la leçon, à garder propres le livre de lecture, le cahier d'écriture, à ne pas les déchirer, ni les tacher d'encre. — C'est comme cela que, à la fin de l'année, on aura un prix.

DIXIÈME LEÇON.

DES ENFANTS DE DIEU.

1. Dieu est notre Père, c'est pourquoi chaque jour, nous avons l'habitude de dire de bouche et de cœur : « Notre Père, qui êtes au cieux. »

2. Donc nous sommes les enfants de Dieu. Ainsi notre dignité est très noble : il n'y a pas d'autre dignité, en ce monde, qui puisse lui être comparée.

3. Or, suivant la raison naturelle, l'enfant a des devoirs à remplir envers ses père et mère : il faut les aimer, les respecter et leur obéir, sinon, c'est manifester une ingratitude contraire à la raison.

4. Maintenant examinons pour voir : s'il faut respecter son père et sa mère sur la terre,

6. Thầy hằng khuyên học trò phải ở lặng, phải cầm trí mà học bài, phải giữ cho sạch cuốn sách tập đọc, xấp giấy tập viết, đừng làm rách, đừng làm lấm mực. — Làm vậy, thì cuối năm, mới đặng lãnh phần thưởng.

BÀI ĐỌC THỨ MƯỜI.

VỀ CON CÁI ĐỨC CHÚA TRỜI.

1. Đức Chúa Trời là Cha chúng ta, cho nên mỗi ngày thì chúng ta quen đọc bởi miệng và bởi lòng mà rằng: « Lạy Cha chúng tôi, ở trên trời. »

2. Bởi đó chúng ta là con cái Đức Chúa Trời. Vậy đấng bậc chúng ta đặng sang trọng lắm: trong thế nầy, chẳng có bậc nào khác mà ví cho bằng đặng.

3. Vả lại, cứ lẽ đang nhiên, đạo con cái có việc bổn phận phải giữ với cha mẹ mình: phải yêu mến người, thảo kính người cùng vưng lời người: bằng không thì là tỏ lòng vô nhơn bội ngãi quá lẽ.

4. Nay hãy xét lẽ mà coi thử: nếu phải thảo kính cha mẹ ở dưới đất, thì làm sao mà chẳng

comment ne faudrait-il pas honorer le Grand Père qui est dans le ciel, qui nous a créés, et qui nous conserve toujours ? Certes, la raison dit d'aimer le Seigneur, de lui obéir en tout, de faire le bien, d'éviter le mal, suivant sa sainte volonté ; sinon, c'est non seulement de l'ingratitude, mais c'est encore notre plus grand malheur ; car le Seigneur, qui est infiniment juste, récompense ou punit chacun, suivant ses bonnes ou ses mauvaises actions.

ONZIÈME LEÇON.

DE L'AMOUR DE DIEU POUR LES ENFANTS.

1. Le Fils de Dieu est descendu du Ciel en ce monde, et devenu petit enfant, comme les autres, pour donner un bel exemple, que chacun puisse imiter, suivant son âge.

2. Ainsi, encore enfant, le Seigneur obéissait toujours à sa Sainte Mère Marie, et l'aidait dans le travail de la maison ; et, quoiqu'il fût la Sagesse infinie, il acceptait avec respect les enseignements de saint Joseph, donnant l'exemple

phải kính mến Cha cả ở trên trời, cũng là Đấng sanh thành và hằng gìn giữ chúng ta liên nữa? Hẳn chính lý dạy tỏ, phải kính mến Chúa, vưng lời Người mọi đàng, cùng làm lành, lánh dữ, theo thánh ý Người; không thì chẳng những là ta ăn ở vô ơn bạc ngãi, mà lại khốn nạn cho chúng ta lắm; vì Chúa là Đấng công bình vô cùng, hay thưởng phạt mọi người, theo việc lành dữ nó làm.

BÀI ĐỌC THỨ MƯỜI MỘT.

VỀ CHÚA YÊU MẾN CON NÍT.

1. Con Đức Chúa Trời bởi trời xuống thế nầy, mà sinh nên tiểu nhi, như kẻ khác, hầu làm gương lành cho ai nấy đặng bắt chước theo tuổi mình.

2. Vậy khi còn nhỏ, thì Chúa hằng vưng lời Thánh Mẫu Maria, cùng giúp Người trong nhà; lại dầu Người là Đấng khôn ngoan vô cùng, thì cũng cung kính vưng nghe ông thánh Giude

aux enfants de tous les siècles, pour leur apprendre à se soumettre en tout à l'auorité de leurs père et mère.

3. Ensuite, quand il prêchait la religion en Judée, le Seigneur manifesta plusieurs fois son amour pour les enfants. Un jour on lui amenait des enfants, en le priant de leur imposer les mains et de les bénir ; et les apôtres les empêchaient d'approcher. Mais le Seigneur dit : « Laisser les petits enfants venir à moi, ne les empêchez pas; car le royaume du ciel leur appartient. »

4. Le Seigneur aime ainsi les enfants, parce qu'il voit que leur cœur est encore droit, ignorant la fourberie du monde. C'est pourquoi le Seigneur promet le bonheur du ciel à ceux qui sont droits comme les enfants.

DOUZIÈME LEÇON.

AVIS.

Ô enfants, écoutez ces avis :

1. N'oubliez jamais les bons principes, que vous avez appris dans votre jeunesse.

dạy dỗ mình; để gương cho con nít mọi đời biết chịu phép cha mẹ mình mọi đàng.

3. Đến sau, khi Người giảng đạo trong nước Giudêu, thì nhiều lần Chúa đã tỏ lòng mến thương trẻ nhỏ. Ngày kia có kẻ đam những con nít đến xin Chúa giơ tay lên mà làm phép lành; thì các môn đệ ngăn cấm không cho đến. Song Chúa phán rằng: « Hãy để cho những con nít đến cùng Tao, đừng ngăn cấm nó, vì nước thiên đàng là thuộc về nó. »

4. Chúa yêu dấu những con nít làm vậy, vì Chúa thấy lòng nó hãy còn ngay lành, chưa biết sự gian dối thế gian. Nên Chúa hứa phước lộc thiên đàng cho những kẻ ở ngay lành như con trẻ vậy.

BÀI ĐỌC THỨ MƯỜI HAI.

LỜI BẢO.

Ớ trẻ nhỏ, bay hãy nghe những lời bảo nầy:
1. Bay chớ bỏ quên bao giờ những khuôn phép đã học thuở tuổi xuân xanh.

2. Aimez le Seigneur de tout votre cœur, servez-le parfaitement. Craignez le Seigneur présent en tous lieux, en tous temps.

3. Respectez vos père et mère, ne les chagrinez pas. Les larmes du père et de la mère crient vengeance vers le Ciel.

4. Ce que vous désirez que vos frères fassent pour vous, faites-le aussi pour vos frères.

5. Évitez toutes les mauvaises habitudes qui avilissent : la paresse, les excès dans le boire et le manger, la jalousie, la haine, la colère, la vengeance.

6. Quand vous voulez faire quelque chose, examinez d'abord ce qui en résultera ; si vous ne le pouvez, allez interroger les personnes plus prudentes que vous.

7. Pendant votre vie, faites ce que vous voudrez avoir fait, quand viendra l'heure de la mort ; surtout observez fidèlement la religion, recevez parfaitement les sacrements : voilà le vrai bonheur.

8. Rappelez-vous toujours ces quatre choses : Premièrement, jamais personne n'est devenu pauvre pour avoir fait l'aumône aux pauvres ;

Deuxièmement, jamais le bien volé ne profite à personne ;

2. Hãy kính mến Chúa hết lòng bay, hãy làm tôi Người cho trọn. Hãy kính sợ Chúa hằng ngự ở mọi nơi mọi thì.

3. Hãy thảo kính cha mẹ bay, chớ làm cho người phiền muộn. Nước mắt cha mẹ kêu oan thấu trời.

4. Bay ước ao cho anh em làm sự gì cho bay, thì bay hãy làm sự ấy cho anh em bay.

5. Hãy lánh mọi thói dữ nết hoang, hay làm cho nhẹ thể mình : là những sự làm biếng, ăn uống sa đà quá lẽ, phân bì ghen ghét, giận dữ oán thù.

6. Khi bay toan làm sự gì, thì hãy suy xét trước việc ấy sẽ ra thể nào ; nếu bay xét chẳng ra, thì hãy đi hỏi những kẻ khôn ngoan hơn bay.

7. Đương khi bay sống, thì hãy làm những sự gì bay sẽ muốn cho có, khi đến giờ chết ; nhứt là hãy giữ đạo cho trọn, hãy chịu phép bí tích cho nên : ấy là phước thật.

8. Bay hãy nhớ bốn đều nầy luôn luôn :

Thứ nhứt, chẳng hề có ai ra nghèo bởi đã bố thí cho kẻ khó khăn ;

Thứ hai, của gian chẳng hề sinh lợi cho ai bao giờ sốt ;

Troisièmement, jamais les prières du matin et du soir n'ont retardé le travail ;

Quatrièmement, jamais l'observation du dimanche et des fêtes n'a ruiné une famille : parce que, à celui qui cherche le royaume de Dieu et sa justice, le bon Dieu accorde parsurcroît tout ce dont il a besoin.

FIN.

Thứ ba, đọc kinh hôm kinh mai chẳng làm trễ việc ra bao giờ;

Thứ bốn, chẳng có khi nào giữ ngày Chúa nhựt lễ cả mà phải nát cửa hại nhà: bởi vì hễ ai tìm kiếm nước Đức Chúa Trời cùng sự công bình Người, thì Chúa lòng lành phụ thêm mọi sự kẻ ấy thiếu thốn.

CHUNG.

www.ingramcontent.com/pod-product-compliance
Lightning Source LLC
Chambersburg PA
CBHW060604050426
42451CB00011B/2067